காம்பு நீண்ட கூம்பு கமல்

கா பெரியசாமி

Copyright © K Periyasamy
All Rights Reserved.

ISBN 978-1-63873-281-5

This book has been published with all efforts taken to make the material error-free after the consent of the author. However, the author and the publisher do not assume and hereby disclaim any liability to any party for any loss, damage, or disruption caused by errors or omissions, whether such errors or omissions result from negligence, accident, or any other cause.

While every effort has been made to avoid any mistake or omission, this publication is being sold on the condition and understanding that neither the author nor the publishers or printers would be liable in any manner to any person by reason of any mistake or omission in this publication or for any action taken or omitted to be taken or advice rendered or accepted on the basis of this work. For any defect in printing or binding the publishers will be liable only to replace the defective copy by another copy of this work then available.

பொருளடக்கம்

1. சுதந்திர தாகம் — 1
2. தாமரைத் தடாகத் தலைவன் — 3
3. கறுப்பு வைரம் — 5
4. ஈதல் சிறப்பு — 6
5. நடப்பதனைத்தும் நல்லதாகவே நடக்கும் — 7
6. புத்தி புகட்டும் — 8
7. வேளாண்மை அறிவோம் — 9
8. பொங்கட்டும் இன்பம் — 12
9. அத்தியாயம் 9 — 13
10. பாரதி தமிழ்ப் பாக்களின் தலைவன் — 16
11. காரைக்குடி ஓர் கவிதை — 17
12. இந்திர அகவல் — 18
13. கற்புக்கரசி — 21
14. மள்ளர் மகிமை — 23
15. அத்தியாயம் 15 — 25
16. பொன்னேர் பூட்டு — 27
17. அத்தியாயம் 17 — 28
18. திறவாக் கதவு திறந்தது — 29
19. அத்தியாயம் 19 — 30
20. அத்தியாயம் 20 — 32
21. அத்தியாயம் 21 — 35
22. அத்தியாயம் 22 — 37
23. சிறுக்கி மக சிறுக்கி — 38
24. கழனிக்காடும் கணினி கூடும் — 40

பொருளடக்கம்

25. கழனிக்காடும் கணினிக் கூடும்	42
26. இந்திர விஸ்தரிப்பு எந்திரகதியில் நடக்கட்டும்	45
27. உழவர் குடி	47
என்னுரை	49

1. சுதந்திர தாகம்

ஆடுவோமே பள்ளுப் பாடுவோமே ஆநந்த சுதந்திரம் அடைந்து விட்டோமென்று

பாரதியே வாடா பாரதியே

வாடாமலர்போல்

வாடா பாரதியே

கேடாய் விதைத்த சாதிய ஏற்றத் தாழ்வை

தாமரைத் தலைவன்

மீட்டுத் தந்த மீட்சியை

பார்போற்ற பாராட்டுகிறேன்

நீ தந்த வார்த்தையிலே

வார்த்தெடுத்த வார்த்தைகளில் பூபோட்டு வணங்குகிறேன்

புத்தாக்க சிந்தனையில்

மத்தாப்புப் பூப்பதுபோல்

இந்திரக் குடி உயர

எடுத்திட்ட முயற்சி பல

எல்லாம் கடந்து

ஓங்கி உயர்ந்த உழவர் குடி உயர்த்திய ஓயாத அலைகடலின்

நாயகனே ஒப்பற்ற தலைமகனே

காலம் உன்னை வாழ்த்தும்

தாழ்ந்தி கிடந்த எம் தலைமுறை ஓங்க உயர

ஏணியாய் என்றும் நீ

மாண்பு செய்வோம் மகிழ்ந்து

தூங்காச் சரித்திரம்

இனி துடிப்போடு இயங்கும்

சாக்கடைக் கழிவான சாதியத்தை சுத்திகரிக்கவந்த மோடியெனும் சுந்தரனை
DKV40 நெஞ்சம் நிறைந்து வாழ்த்துகிறது

2. தாமரைத் தடாகத் தலைவன்

உழுதுண்டு வாழ்ந்தவனை தொழுதுண்டு பின் சென்ற உலகே உணர்
நெல் நாகரீகம்
நீர் மேளான்மை ஆற்றங்கரை நாகரீகம்
அத்தனையும் புதையுண்ட போதும்
மெல்லவே எழுகிறது
மேதகு சமூகமாய்
மானுடத் தேவையுணர்ந்த தேவேந்திர சமூகம்
திட்டமிட்ட கட்டமைப்பில்
வட்டமிட்ட வாழ்க்கைமுறை
இந்திரக் குடிக்குத் தந்திட்ட அங்கிகாரம்
ஆண்டான்டு காலமாய் அடிமைப்பட்ட வாழ்க்கைமுறை மீண்டெ-
ழத் துடித்து
மீட்சி பெற்றிருக்கிறது
வெள்ளையன் தந்த
விடுதலைக்கு விடைதெரியாது
தவித்த உழவர் குடிக்கு
தந்தவர் தார்மீக
தவமேவ பாரதப் பிரதமர் நரேந்திரமோடி
நேற்றுவரை நரேந்திர மோடியாய் நாடு காத்தவர் இன்று
திரு மிகு தேவேந்திர மோடியாய் தீந்தமிழ் போற்ற
உழவர்குடியின் நெஞ்சில் உயர்ந்து நிற்கிறார்

காம்பு நீண்ட கூம்பு கமல்

வாழ்க வளர்க தாமரைத் தடாகத் தலைவன்

3. கறுப்பு வைரம்

கறுப்பு வைரமையா
கார்காத்த வேந்தனையா
மூன்றாம் திணைதந்த
முகவரியின் வேதமையா
வசந்தத்தின் திருநாளில்
நல்லேர்பூட்டி
ஆடிப் பெறுக்கன்று
ஏரோட்டிச் சேர்மிதித்து
நாற்று நடவு நட்டு
நற் கதிரை நெற்கதிரை
போரடித்து நெற்குவித்து
பூமிப் பந்தின் பசிபோக்கி வித்தக விவசாயி வீரமிகு தேவேந்தி-
ரனாய்
காலம் கடந்து வந்த
கறுப்புத் தங்கம் தவிக்கும்போது
கைகொடுக்கும் கரங்கள் தேடி கைகுவிப்போம்
பசுமைப் புரட்சி செய்து
பாரதத்தை உயரச்செய்வோம்

4. ஈதல் சிறப்பு

ஈதல் சிறப்பு இயன்றவரை செய்துபார் மாண்டபின்பும் மறையாது புகழ்

அறிது அறிது மானுடனாய்ப் பிறத்தல்

அதனினும் அறிது கூன் குருடு செவிடு நீக்கிப் பிறத்தல் அறிது

தர்மம் ஒன்றே தலைகாக்கும்

தக்க சமயத்தில் உயிர்காக்கும்

தகுதிபடைத்தவனையே தலைவனாக்கும்

பாடுபட்டுத் தேடிப் பணத்தைத் புதைதத்து வைக்கும் கேடுகெட்ட மானுடமே கேல்

அத்தனையும் பாழ்

ஆகவே ஈதல் செய் இசைந்து

5. நடப்பதனைத்தும் நல்லதாகவே நடக்கும்

வாழும் மொழிகு வாகை சூடாதவன் செத்த மொழிக்கு சீமந்தம் செய்வான் வந்தேரி
தாயைப் போற்றாதவன
தாய்மொழி போற்றி என்ன பயன்
வரலாற்றை வாசிக்கத் தெரியாதவன்
போராடியென்ன பயன்
உறவுகள் காக்கத் தெரியாதவன் சந்ததி வளர்க்க ஆசைப்படக்கூ-டாது
போராடத் தெரியாதவன் புதைகுழியில் என்ன தேடிவிட முடியும்
ஆயிரமாண்டு அடிமைத்தனம் மயிலே இறகுபோடென்றால் போடுமோ மயில் பிடுங்கிறே எடுக்கவேண்டும் உரிமையையும் அப்படித்தான்
உலகமே வியந்த மூவேந்தர் ஆட்சிமுறை
மீண்டெழும் புது வித புரட்சியாளே
கங்கை கொண்டான் கடாரம் கொண்டான்
எங்கே தோற்றான்
வென்றது மட்டுமே வரலாறு
தோற்றவனுக்குப் பின் துதிபாடிகள் வருவதில்லை
நம்பிக்கை ஒன்றே நாம்தேடவேண்டும்
நடப்பதனைத்தும் நல்லதாகவே நடக்கும்

6. புத்தி புகட்டும்

புத்தி புகட்டும்
பூமிப் பந்தின்
உச்சிமுகர்ந்த
உயரிய தொழில்நுட்பம்
தாய்மைத் தவத்தை
தகுதியிழக்கச் செய்த
நுன்னிய தொழில்நுட்பம்
பாரம்பரியத்தைப் பதவிநீக்கம் செய்த
கைபேசிக் கலாச்சாரம்
தாய்மையைக் கூட தகுதிநீக்கம் செய்துவிட்டது
சாய்ந்து கிடக்கிறது
நாளைய சரித்திரம்
ஓயாது உமிழ்கிறது
ஓய்யார ஒளிநாடா
கைபேசி காட்டுகிறது
சூடான ஓர் சுடர்

7. வேளாண்மை அறிவோம்

இயற்கை வழி விவசாயத்தில் எப்பொழுதும் மண்ணுக்கு உணவு கொடுக்க சில புள்ளி விபரங்கள் - நமக்கு தெரிய வேண்டியது தொழு எருவில் 1.24 விகித அளவு தழைச்சத்தும், 0.78 விகித அளவு மணிச்சத்தும், 2.08 விகித அளவு சாம்பல் சத்தும் உள்ளது.

? ஆட்டு எருவில் 2.17 விகித அளவு தழைச்சத்தும், 1.10 விகித அளவு மணிச்சத்தும், 2.00 விகித அளவு சாம்பல் சத்தும் உள்ளது.

? கோழி எருவில் 5.00 விகித அளவு தழைச்சத்தும், 2.88 விகித அளவு மணிச்சத்தும், 1.50 விகித அளவு சாம்பல் சத்தும் உள்ளது.

? பண்ணை எருவில் 1.25 விகித அளவு தழைச்சத்தும், 0.60 விகித அளவு மணிச்சத்தும், 1.20 விகித அளவு சாம்பல் சத்தும் உள்ளது.

? மீன் தூளில் 6.80 விகித அளவு தழைச்சத்தும், 7.10 விகித அளவு மணிச்சத்தும், 1.00 விகித அளவு சாம்பல் சத்தும் உள்ளது.

? சணப்பில் 2.30 விகித அளவு தழைச்சத்தும், 0.50 விகித அளவு மணிச்சத்தும், 1.80 விகித அளவு சாம்பல் சத்தும் உள்ளது.

? பதப்படுத்தப்பட்ட எலும்பில் 3.40 விகித அளவு தழைச்சத்தும், 20.25 விகித அளவு மணிச்சத்தும் உள்ளது.

? ஆட்டு எருவில் 2.17 விகித அளவு தழைச்சத்தும், 1.10 விகித அளவு மணிச்சத்தும், 2.00 விகித அளவு சாம்பல் சத்தும் உள்-

ளது. கோம்பு, குளம்பு கழிவுகளில் 13.00 விகித அளவு தழைச்சத்து உள்ளது.

? தக்கைப்பு ண்டில் 3.50 விகித அளவு தழைச்சத்தும், 0.60 விகித அளவு மணிச்சத்தும், 1.20 விகித அளவு சாம்பல் சத்தும் உள்ளது.

? சீமை அகத்தியில் 2.71 விகித அளவு தழைச்சத்தும், 0.53 விகித அளவு மணிச்சத்தும், 2.20 விகித அளவு சாம்பல் சத்தும் உள்ளது.

? புங்கம் இலையில் 3.31 விகித அளவு தழைச்சத்தும், 0.44 விகித அளவு மணிச்சத்தும், 2.39 விகித அளவு சாம்பல் சத்தும் உள்ளது.

? கிளைரிசீடிரியாவில் 2.90 விகித அளவு தழைச்சத்தும், 0.50 விகித அளவு மணிச்சத்தும், 2.80 விகித அளவு சாம்பல் சத்தும் உள்ளது.

? பயிறு வகைகளில் 0.72 விகித அளவு தழைச்சத்தும், 0.20 விகித அளவு மணிச்சத்தும், 0.53 விகித அளவு சாம்பல் சத்தும் உள்ளது.

? கடலை புண்ணாக்கில் 7.60 விகித அளவு தழைச்சத்தும், 1.50 விகித அளவு மணிச்சத்தும், 1.30 விகித அளவு சாம்பல் சத்தும் உள்ளது.

? வேப்பம் புண்ணாக்கில் 4.90 விகித அளவு தழைச்சத்தும், 1.70 விகித அளவு மணிச்சத்தும், 1.40 விகித அளவு சாம்பல் சத்தும் உள்ளது.

? ஆமணக்கு புண்ணாக்கில் 5.30 விகித அளவு தழைச்சத்தும், 1.60 விகித அளவு மணிச்சத்தும், 1.40 விகித அளவு சாம்பல் சத்தும் உள்ளது.

? தேங்காய் புண்ணாக்கில் 3.50 விகித அளவு தழைச்சத்தும்,

1.50 விகித அளவு மணிச்சத்தும், 2.00 விகித அளவு சாம்பல் சத்தும் உள்ளது.

? எள்ளு புண்ணாக்கில் 5.50விகித அளவு தழைச்சத்தும், 1.75 விகித அளவு மணிச்சத்தும், 1.50 விகித அளவு சாம்பல் சத்தும் உள்ளது.

? பருத்தி புண்ணாக்கில் 5.00 விகித அளவு தழைச்சத்தும், 1.75 விகித அளவு மணிச்சத்தும், 1.50 விகித அளவு சாம்பல் சத்தும் உள்ளது.

"ஒரு குண்டூசி முனையளவு மண்ணில் லட்சக்கணக்கான நுண்ணயிர்கள் வாழ்கின்றது, அவைகளாலே மட்டுமே செடிகளுக்கு உணவளிக்க முடியும்! ஆகவே மண்ணுக்கு உணவளிப்போம்"

8. பொங்கட்டும் இன்பம்

இனிய புத்தாக்க புத்தாண்டே புகழெய்த வா
புத்தம் புது இரத்தம் தா
கடந்தாண்டோ கசப்பாண்டு
கோடி மக்களைக் கொன்று குவித்த
கொரோனாக் கொடுமையை கடந்து வந்த
கசப்பு மறந்து
துடிப்போடு பிறக்கும்
புத்தாண்டை புத்தாக்கத்தோடு
கொண்டாடி மகிழ்வோம்

அத்தியாயம் 9

ஆங்கிலேயர்கள் வந்துதான் கல்வி கற்ப்பிக்கப்பட்டது என்பது மடத்தனம் ஆங்கிலம் கற்றோம் அவ்வளவுதான்
நன்றாகக் கேட்டுக் கொள்ளுங்கள் .

Civil Engineering தெரியாமல் தஞ்சை பெரிய கோவில், மதுரை மீனாட்சியம்மன் கோவில்,
கரிகாலனின் கல்லணை. சிதம்பரம் நடராஜர் கோவில் .ஒரே இடத்தில் சிவனையும் நாராயணனையும் பார்க்கும்படி வைத்து மனிதனின் நாடி நரம்புகள் மூச்சுக்காற்று உள்ளடக்கி தங்க ஓடு-கள் ஊசிகள் பதித்தான் இன்னும் இது போன்ற எத்தனையோ கட்டிடகலை தெரியாமல் கோவிலும் கட்ட முடியாது.

Marine Engineering தெரியாமல் சோழர்கள் கடல் கடந்து வாணிபம் செய்திருக்க முடியாது.

Chemical Engineering தெரியாமல் இரசவாதம், மற்றும் மூலிகை வைத்தியம் கண்டறிந்திருக்க முடியாது.

Aero Technology தெரியாமல் கோல்களை ஆராய்ந்திருக்க முடியாது.

Mathematical தெரியாமல் கணக்கதிகாரம் படைத்திருக்க முடி-யாது, ஜோதிடம், பஞ்சாங்கம் படைத்திருக்க முடியாது.

Explosive Engineering தெரியாமல் குடவறை கோவில்கள் படைத்திருக்க முடியாது.

Metal Engineering தெரியாமல் ஆயுதங்கள், உபகரணங்கள், ஆபரணங்கள் படைத்திருக்க முடியாது.

Anatomy தெரியாமல் சித்த மருத்துவம் செய்திருக்க முடியாது.

Neurology தெரியாமல் நாடி வைத்தியம் பார்த்திருக்க முடியாது.

Psychology தெரியாமல் Telepathyயை செயல்படுத்தியிருக்க முடியாது

Bachelor/ Master_of_Arts தெரியாமல் தமிழ் இலக்கியங்கள் படைத்திருக்க முடியாது.

Business Administration தெரியாமல் கடல் கடந்து வாணி-பம் செய்திருக்க முடியாது.

Chartered Accounts தெரியாமல் வரி வசூலித்து திறம்பட ஆட்சி செய்திருக்க முடியாது.

Anomaly Scan/ Target Scan இல்லாமல் குழுந்தைகளின் வளர்ச்சியை கணக்கிட முடியாது. ஆனால் பல நூறு ஆண்டு-களுக்கு முன்பே கர்பம் தரித்த மூன்றாவது மாதத்திலிருந்து, பத்-தாவது மாதம் குழந்தை பிறப்பதுவரை, பல்லடம் to தாராபுரம் நடுவில் உள்ள குண்டடம் சிவன் கோவிலில், கல்லில் செதுக்கி வைத்துள்ளான் தமிழன்.

என்ன! கண்ணு! வேர்க்குதா...?

இன்னும் நீங்கள் என்ன என்ன அறிவியல் பெயர் வைத்திருக்கி-றீர்களோ அத்தனைத் துறைகளிலும் சாதித்தவர்கள் எம் தமிழர்-கள். எம் தமிழ்நாட்டின் பெருமையை அடுத்தவர் அறிய பகிருங்-கள்.

ஒட்டு மொத்த நவீன அறிவியலுக்கு திருமூலரின் வாசகம் மந்தி-ரம் போதும்

இரண்டாயிரம் ஆண்டுகளுக்கு முன் பிளட்டெஸ்ட்டிங் கிடையாது

லேப்டெக்னிஸ்யன் (LABtechnicient) படிப்பு கிடையாது.

ஆனால் நம் உணர்ச்சி பெருக்கத்தில் இருந்து வரும் விந்துவில் மில்லியன் உயிர் அணுக்கள் இருப்பதாக இப்போது கண்டுபிடித்து

அதில் பல அணுக்கள் போராடி அதில் ஒன்று தான் கர்ப்பபைக்கு சென்று உயிர்
உண்டாகிறது என்று.
ஆனால் நான்காயிரம் ஆண்டுகளுக்கு முன் திருமூலர் பெருமான் அற்புதமாக தன் ஞானத்தினால் லட்சமாக உருவெடுத்து ஆயிரம் ஆகி
நூறாகி பத்தாகி பிறகு ஒன்றாகி உள்ளே சென்று உயிரெடுத்தது தான் உயிர்
என்றார்.
எத்தனை ஆயிரம் ஆண்டுகளுக்கு முன் உருவானது தமிழர் மரபும்
கலாச்சாரமும் ஞானமும்

10. பாரதி தமிழ்ப் பாக்களின் தலைவன்

பாரதி தமிழ்ப் பாக்களின் தலைவன்
தாமரைத் தண்டாய் நீண்டு சுருங்கும்
ஒப்பற்ற உயிர்
கவிதைக்கு கவி விதைதந்த வித்தகன்
காலனுக்கு மிதிதந்த உத்தமன்
எத்தர் கூட்டம் எத்தனையோ
வித்தகங்ள் செய்தபோதும்
சமூகச் சாக்ககடையை சுத்திகரிக்க
வந்த சுவிகாரப் புத்திரர்
இமயம்முதல் குமரிவரை சுததந்திரச் சுவாசம் வேண்டி ஆயுதம்
ஏந்திப் போர்தொடுத்தவர்கள் மத்தியில்
அறிவாயுதமேந்திப் போர்தொடுத்த
வித்தகன்
கவிப் புத்தாக்கமிக்க புத்தகன் தமிழ்ப் புத்தகன்
வறுமைக்கே வாய்கரிசி போட்டவன்
வாடா மலரென வாழ்ந்தவன்
கேடாய்ப் பிறந்த மூட வெள்ளையனை
ஓடத் துரத்திய உத்ததமன்
தமிழ்ப் பாட்டாய் விதைத்த பள்ளவன்
ஆம் எழுது கோலில் ஏர்ப்பூட்டிய வள்ளவன்

11. காரைக்குடி ஓர் கவிதை

காராஞ் செடிக் காடு

கட்டாந்தரை பூமி

கடையேழு வள்ளலையும் தாண்டி

அள்ளிக்கொடுத்த வள்ளல் அழகப்பர்

சொல்லிக் கொடுத்த கல்வி சுடர்மேவ தேசமெங்கும்

தமிழ்த்தாய்க்குக் கோவிலிங்கு சாக்கடைக் கழிவுகூட

எதிர்நீச்சல் போடுமிங்கு

சம்பை ஊத்து நீரும்

சாக்கடையாய் மாற்றிவிட்ட அரிச்சுவடி உணரா அரசியல் நீசர் கூட்டம்

தன் சந்ததிக்கு காந்தி சிரிக்கும் காகிதக் கட்டுக்களை சேமிப்பாய்ச் சேர்க்கிறது

பாவம் உணராப் பாதகம் செய்தே

12. இந்திர அகவல்

கார்காத்த வேந்தனுக்கு
கசிகின்றேன் தாய்த் தமிழில்
வேர்விட்டு வளர்ந்து
நிற்கும் வேளாளன்
குடியே போற்றி
போகியாய் வந்தவனே
புத்துயிரின் நாயகனே
பழையன கழித்து
புதியன புகுத்திய
புத்துயிரே வித்தகமே
போற்றி போற்றி
ஐவகைநிலம் பிரித்து
அரசாண்ட பெருங்குடிக்கு
ஊன்டுகோலாய் உடன்பட்டு
தூண்டுகோலாய் துணைவருவாயே
வையத்தை வாழவைக்க
வளம்சேர்த்த விதை விதைத்து
நெல் தந்த நேசனே
நீயெனக்கு கோவிலையா
உன்னைத் தொழுது நிற்க
உடன்பட்ட மக்களுக்கு
எல்லா வளமும் தந்து
இடர்நீக்கி அருள்தருவாய் நீ

இந்திரவிதானம் தந்த
மந்திர மரபே போற்றி
கார்காத்த வேந்தே போற்றி
கலப்பை தந்த காரே போற்றி
போகிப் பெருந்தகையே போற்றி
பூவுலகம் போற்றும்
வேந்தே போற்றி
உழவனுக்கு உற்ற தோழா
உயிர்காத்த தேவதேவா
தேவேந்திரத் திருவாய் நின்று
உலகாளும் உமையவள் பாலா
வேந்தன் மரபே தீம்புனல் உலகாம்
மாந்தனுக்கே மாந்தனாய்
மண் மலர்ந்த வேந்தே போற்றி
காந்த புழங்கள் கண்டுணர்ந்து
கசிவாய் மழையாய்
பூமிப் பந்தின்
மேன்மை வேண்டி
புறப்படுவந்த தேவதூத
ஆமை ஐந்தை
அடக்கியாண்ட வேந்தே
ஐவகை நிலத்தை
பிரித்தாற்கொண்ட மரபே
வேந்தைப் படைத்த
வித்தகத் திருவே
எம் பூமிக்கு வந்த
கற்பகத் தருவே

காலம் கடந்தும்
சீலம் காப்பாய்
ஞாலம் போற்ற
வேலனைத் தந்த
வித்தகத் திருவுக்கு
சம்மந்தியாய்
தெய்வானையைத் தந்து
வேந்தர் குடிக்கு
திங்கள் முகத்தாளைத் தந்த
தவசே போற்றி
ஈசன் மகனின் நேசக் குறவா இந்திரக் குடிக்கே மந்திர மறவா
வில்லும் அம்பும் வேலவன் உடமை
வென்றதைப் போற்றும்
பண்பதே வேந்தன்
திருவின் மாண்புமிகு மரபு
ஏரும் போரும் என் குல மரபே
மல்லும் சொல்லும்
மாறாது செய்தாய்
உன்னைத் துதிக்க
உவகை கொண்டேன்
கண்ணைக் கசிய
வேண்டிக் கொண்டேன்
தாழ்ந்து கிடக்கும்
வேளான் குடியை
நிமிர்த்திப் பிடிக்க
நீ ❓

13. கற்புக்கரசி

கற்புக்கரசியவள்
நட்புக்கு உப்பிட்ட
நல்ல தங்கை பேச்சியம்மாள்
கள்ளிச்சி பேச்சியம்மாள்
தான்கரம்பிடித்த கணவனாலே
சந்தேகத் தீ மூட்டி சண்டாலர்
செய்த செயல்
உயிர்துறந்து ஓய்ந்தமகள்
ஓய்வரியா சுழற்சியிலே
பேச்சியும் பரிசாரி
பிரிவில்லா நட்புத் தேடி
மருத்துவச்சி ஆவதற்கு
மனம்விட்டுப் பேசுவதை
காமத்தீமூட்டி கண்டு சிரிப்பபவர்கள் மெண்டு துப்பிய
எச் சொல்லும் எச்சிலடா
கைக்குழந்தை கக்கத்தில் கணவனோ தூரதேசம் ஒப்புக்கு உறவு-
தேடும் ஓயாத நீசர்கூட்டம்
ஒப்புவித்த தூபவார்த்தை பேச்சியம்மாள் உயிர் குடிக்க பெருந்து-
ணையாய் ஆனதப்போ
குலதெய்வ வழிபாட்டுக்கு கூட்டிச் சென்று
காளாடி பரிசாரி கட்டிய மனைவி பிள்ளை
வண்டி மாடுபூட்டி வகைவகையாய் பூசைப் பொருள் மூன்று
உயிர்குடிக்க உறல் உழக்கை

பிஞ்சுக் குழந்தைக்கு
மொட்டைபோட்டு காதுகுத்தி கறிச்சோறு
உண்டு முடித்தபின்னே
பேச்சியம்மாளின் பிறந்தவீட்டுச் சீதணமாம் கட்டுப் பெட்டியோடு
கைக்குழந்தை அழுகுறலும்
அடுத்த நொடிப்பொழுதில் நடப்பது என்னவென்று
நன்கரிந்த மேகக்கூட்டம்
அழுது வடித்தது கண்ணீர் மழையாக
ஏண்டா பரிசாரி எனக்கா துரோகம் செஞ்சே உலக்கை கையிலெ-
டுத்து ஒரே போடு
செய்வதரியாது திகைத்து நின்றாள் பேச்சியம்மாள்
காளாடி ஓடிவந்து கால்கட்டித் தடுத்துப் பார்த்தான் தவறான புரி-
தலென்று தவக்கோலம் பூண்டு நின்றான்
அடுத்த அடி செல்லப் பேச்சியம்மாளுக்கு
தப்பான உறவுவச்ச இந்த தருதலைகளைப் பற்றி துப்புக்
கொடுக்காத உனக்கும் தர்ரேண்டா தண்டனையை
ஓங்கிப் போட்ட உலக்கையடி ஒன்று சேரர்ந்த மூவர் பிணம்
கட்டுப் பெட்டியோடு
கட்டி உருட்டிவிட்டான்
கக்கத்தில் கைக்குழந்தை சுமந்தபடி
ஓயாத மழைநீரில்
உருண்டு கரைசேர்ந்தயிடம்
உடன்காடுயெனும் காளாடிமேடு
ஓய்ந்த மூன்று உயிரும்
ஓய்வெடுக்க ❖

14. மள்ளர் மகிமை

வில்லும் அம்பும்
வீசிய வால் வீச்சும்
எம்பும் வீரம்
எங்கிருந்து வந்தது
மல்யுத்தம் காத்த
மல்லரிய வீரமடா
வேந்தர் குடி காத்த
வித்தகத்தின்
மதிநுட்பம்
மள்ளாண்ட ஈசனிடம்
தமிழ்ச் சொல்லாண்ட
தருமிபோல
தாய்த் தமிழ் தேடுகிறேன்
தவமேவ உழவர்குடியின் உயிர்த்துடிப்பை
வேந்தனது மரபு
தீம்புனல் உலகம்போல்
மான்பு காத்த மகிமை
மண்ணுலகம் மமெச்சுமிங்கே
உழவனே உயர்குடியாம்
உத்தமனாய் மெச்சத் தகுந்தவனாம்
இச்சகத்தில் சுற்றும் புவி
ஈதலன்றி யாதுமில்லை
ஈதலுக்கு ஏவல் செய்யும்
இந்திரக் குடிக்கு நிகர்

ஏற்புடையோர் எவருமில்லை
அதிகாரம் பத்துக்குள்ளே அடக்கியாண்ட வள்ளுவனே சுவிகார
புத்திரனாய் சொன்னவர்கள் களப்பிறரே
களப்பிறர்கள் கட்டியாண்ட கோட்டைக்குள்ளே
காட்டுமடா ஒன்றிரண்டு
மள்ளரிய மகிமைததனை

அத்தியாயம் 15

களத்தூர்

தேர்போகி நாட்டின்

ஆட்சி அதிகாரத்தை

நிர்வகிக்கும் பேராசான்

கொட்டுடைய ஐயநார்

கோடித் துயர் வந்து

கொடுமைகள் பலவந்து

நாடி நரம்மெல்லாம்

நரக வேதனை தந்தாலும்

கையேந்தி ஐயனிடம்

கசிந்துருகி நின்றுவிட்டால் கொட்டிக் கொடுக்கும் குபேரனாய்

அருள் தருவான்

தீங்கு செய்ய நினைத்தவனை தீக்கிரையாக்கிடுவான்

உழவர் குடி எங்களுக்கு

ஊன்டுகோலாய் உடன் வருவான்

தூண்டுகோலாய்த் துணைநின்று துயர்பலவும் தீர்த்திடுவான்

ஆதிகுடியெங்களுக்கு

நீதி சொல்ல நாதியில்லை

நாதியத்த நாங்கள் நாடுவது ஐயனைத்தான்

கொட்டுடைய ஐயனையே

கும்பிட்டு வணங்கிடவே

கோடி நன்மை கிடைத்திடுமே

வேற்றுமைகள் விதைக்க வேண்டாம்

வீம்பு பேசி தாக்கவேண்டாம்

ஐயனருள் கிடைத்துவிட்டால்
அண்டமெல்லாம் நீதி கேட்கும்
அசரீரியாய் அருள்கிடைக்கும்
எங்கள் குலவிருட்சம் காப்பதற்கு கைதொழுது வணங்கிடுவோம்
காட்டும் அருள் சுடர்விடவே

16. பொன்னேர் பூட்டு

இப் பூமிக்கு புதுவழி காட்டு
ஏரும் போரும் எமது
அடையாளமென்று காட்டு
சித்த்திரை ஒன்றில்
வசந்தத்தின் வாசல்
நித்திரை நீங்க
பொன்னேர் பூட்டு
புதுவழி காட்டு
நன்நெல்விதைக்க
நயம்பட உழவுசெய்
ஆழவுழுவதே மேல்
அகமகிழ் நாற்றை
திட்டமிட்டே திறம்பட நடவுசெய்
தங்க நெல்மணி
தவமெனச் சிரிக்க
சிங்கநடை போட்டே
சீரிய தொண்டுசெய்
வருவான் தேவேந்திரன்
வாழ்த்தி வரவேற்க
பசித்த வயிறு
புசித்தவுடனே
பரவசமடையும் மானுடம் கண்டு
மெல்லச் சிரிப்பான்
மேம்பட்ட குடும்பன்

அத்தியாயம் 17

தீந்தமிழ் நாட்டில்
தேன் சுவை தமிழை
தந்தவன் தமிழன்
இரவல் மொழியாய்
ஏன் தரவேண்டும்
இந்தியெனும் மந்தியை
என் மரக்கிளையில்
தாவும் மரத்தில்
தகிக்கும் தீயாய்
தமிழைச் சிதைத்தால்
மோதி மிதிப்போம்
முகத்தில் உமிழ்வோம்
ஓடத் துரத்தும்
நாய்போல் இந்தி
நாதியத்தவனா தமிழன்
கீழடி புதைந்த என் முப்பாட்டன்
எச்சமும் மிச்சமும்
என் குடி போற்றும்
நாமே தமிழனாய்
போராடிக் காப்போம்
புதுமைத் தமிழை
பொக்கிசம் போலே

18. திறவாக் கதவு திறந்தது

திறவாக் கதவும் திறந்தது
திறவுகோல் தேடி நான்
ஆண்டான் அடிமை
ஆறறிவு தேடி
வேண்டாத் தெய்வத்தையும் வேண்டிக் கிடைத்தது சுதந்திரம்

அத்தியாயம் 19

ஔவை அருளிய அருள் வாக்கு
உழவனே உணர்
உயர்குடி நீயென்று
ஏர்பூட்டிச் சேர்மிதித்து
எழுற்சி கண்ட மருதன்குடி
நீர்தடுத்து நிலம் சேர்த்து
வடிகால் வகுத்து
வாழ்வியல் வகுத்து
குடும்பம் கட்டமைத்து
குருநில மன்னராகி
பெரும்படை மள்ளர்
மூவேந்தர் மரபு காத்து
கலிங்கத்துப்பரணி பாடி
கடாரம் கொண்டு
ஈழத்து மண்ணான்ட
எம் குலத்து மள்ளரினம்
கார்காத்த வேந்தர்குடி
காத்துத் தந்த உழவுத்தொழில்
ஊர்காத்த ஐயனுக்கும்
ஊன்றுகோலாய் உழவர்குடி
மான்பு காத்த
ஔவையவள் ஓங்குபுகழ் வார்த்தை கோத்து
ஒப்படைத்த வார்த்தையிது

வரப்புயர நீருயரும்
நீருயர நெல்லுயரும்
நெல்லுயரக் குடி உயரும்
குடி உயரக் கோன்வுயர்வான்
என்றாளே
வானுயர வாழ்ந்தகுடி
உழவர்குடி வையத்தில்
முதல் மாந்தர் குடி
தாழ்ந்து கிடப்பதோ
தகுதியிழப்புத் தானே தமிழா
வீறுகொண்டெழு
வித்திடுமே வெற்றி பல பல
கா பெரிய்சாமி காரைக்குடி

அத்தியாயம் 20

இது தான் தமிழ் நூல்கள் அனைத்தையும் படிக்க ஒரு பிறவி போதாது..

பெயர்களையாவது படித்து அறிவோம்..

1. தேவாரம்
2. திருவாசகம்
3. திருமந்திரம்
4. திருவருட்பா
5. திருப்பாவை
6. திருவெம்பாவை
7. திருவிசைப்பா
8. திருப்பல்லாண்டு
9. கந்தர் அனுபூதி
10. இந்த புராணம்
11. பெரிய புராணம்
12. நாச்சியார் திருமொழி
13. ஆழ்வார் பாசுரங்கள் போன்ற மிகச் சிறந்த பக்தி இலக்கியங்கள்..!

1. நற்றிணை
2. குறுந்தொகை
3. ஐங்குறுநூறு
4. அகநானூறு
5. புறநானூறு
6. பதிற்றுப்பத்து
7. பரிபாடல்

8.கலித்தொகை என்னும் "எட்டுத்தொகை" சங்க நூல்கள்.. !

1.திருமுருகாற்றுப்படை   2.சிறுபாணாற்றுப்படை   3.பெரும்பாணாற்றுப்படை   4.பொருநராற்றுப்படை

5.முல்லைப்பாட்டு

6.மதுரைக்காஞ்சி

7.நெடுநல்வாடை

8.குறிஞ்சிப் பாட்டு

9.பட்டினப்பாலை

10.மலைபடுகடாம் என்னும் "பத்துப்பாட்டு" சங்க நூல்கள்....!

1.திருக்குறள்

2.நாலடியார்

3.நான்மணிக்கடிகை

4.இன்னாநாற்பது

5.இனியவை நாற்பது

6.கார் நாற்பது

7.களவழி நாற்பது

8.ஐந்திணை ஐம்பது

9.திணைமொழி ஐம்பது

10.ஐந்திணை எழுபது

11.திணைமாலை நூற்றைம்பது

12.திரிகடுகம்

13.ஆசாரக்கோவை

14.பழமொழி

15.சிறுபஞ்சமூலம்

16.முதுமொழிக் காஞ்சி

17.ஏலாதி

18.இன்னிலை என்னும் பதினெண்கீழ்க்கணக்கு நீதி நூல்கள்...!

1.சிலப்பதிகாரம்

2.மணிமேகலை

3.சீவக சிந்தாமணி

4. வளையாபதி

5. குண்டலகேசி

போன்ற ஐம்பெருங்காப்பியங்கள்... !

1.அகத்தியம்

2.தொல்காப்பியம்

3.புறப்பொருள்

வெண்பாமாலை

4.நன்னூல்

5.பன்னிரு பாட்டியல் போன்ற இலக்கண நூல்கள் மற்றும்

6.இறையனார் களவியல் உரை எனும் உரைநூல்..!

1.கம்பராமாயணம்-வழிநூல்.

1.முத்தொள்ளாயிரம்

2.முக்கூடற்பள்ளு

3.நந்திக்கலம்பகம்

4.கலிங்கத்துப்பரணி

5.மூவருலா போன்ற எண்ணற்ற சிற்றிலக்கிய வகைகள்...!

ஒரு மொழியின் மிகச்சிறந்த பண்பே செம்மொழிக்கான கீழ்க்கண்ட பதினோரு தகுதிகளைக் கொண்டிருப்பதுதான்..

1.தொன்மை

2.தனித்தன்மை (தூய்மைத் தன்மை)

அத்தியாயம் 21

இந்திர விஸ்திகரிப்பு
எந்திரகதியில் நடக்கட்டும்
உந்தித் தள்ளும் உறவுகளுக்கு
உற்சாகம் கூட்ட
உடன் வருவேன்
பண்பாடு காத்த உறவோடு
பகுத்தறிவு தேடும்
மானுடம் மத்தியிலே
வாழ்வியலும் வரலாறும்
தேடி நான்
என் பேனா
கசிந்த கண்ணீர்
இப்போதுதான்
உப்பிட்ட உணர்வு கூட்டுகிறது
கொன்று குவித்த கோடிவுயிர்
கொரோனா கொடுமையிலும்
மீண்டெழுந்த மானுடத்தைத்
தேடுகிறேன் மீட்டெடுக்க
மேம்பட்ட
உறவுகள் அடிமைத்
தழும்புகளின் ஆறா
வடுக்களை தடவிப் பாரத்தே
தடயம் தேடுவது
புதுப் புத்துணர்ச்சியே

பள்ளவம் தேடிய பகுத்தறிவுப் பெருங்கூட்டம்
மெல்லவே நகர்கிறது
மூவேந்தர் ஆட்சி தேடி
ஜெய் தேவேந்திரா

அத்தியாயம் 22

மேய்ப்பனாக வந்தவனின் மேன்மையென்ன கூறடா

ஆறறிவு தேடும் இந்த மூதறிவு கேளடா

சாதலோரு சாதனையாய் சரித்திரங்கள் படைத்தவன் கீழடிபோல்

மேலெழும்ப கேள்வி பல பிறக்குதே

எத்தனையோ யுத்தம் செய்து காத்தபுவிச் சரித்திரம்

கரையான் கட்டிய வீட்டில்

கருநாக திருவாசம்போலே

ஆரியன் போல் திராவிடனும் ஆண்டுவிட்ட போதிலும்

அடிமைச் சுமை தீரவில்லை

அலையலையாய் தொடர்கதைகள்

ஆரியத்தின் துவேசமே

23. சிறுக்கி மக சிறுக்கி

சிறுக்கி மக சிறுக்கியவ
என் சிந்தைவந்த பேரழகி
சுணைநீர் அருவிபோல
ஓடை கடந்தோடி ஓரடியாய்
தவழ்ந்தோடி அருவியாய் ஆர்ப்பரிக்கும்
அடங்காப் பேரழகி
ஓடை நீர்கடக்க ஓடிவந்த
தென்றலிவள்
ஓய்யாரம் சிதையாமல்
ஓவியமாய் என்நெஞ்சில்
மஞ்சப் பொடியப்போல
மார்போரம் ஒட்டியவள்
வட்டிக்கடைத் துட்டைப்போல
வளர்ந்த இளம் குருத்தைப்போல
கண்சிமிட்டிச் சிரிக்கும் போது
கசங்கியதே எம்மனசு
துள்ளியோடும் நதியைப்போல
துடித்தடங்கும் கயலைப்போல
மெல்லிய நீரோட்டம்
மெய்சிளிர்க்க வைக்கிறதே
அவள் விழிக்குள் கள்ளிச்செடிப் பாலப்போல
கசிகிறதே
பாசப் பார்வை

கையில் அள்ளியெடுத்த
தண்ணி
அழுதொழுகும் கண்ணீராய் முகத்தில்ப் பட்டதுமே
முத்து முத்தாய்ச் சிரிக்கிறதே
இன்னும் எம்பேனா
எழுதத் துடிக்குதடி
உன் இளவட்டத் தோரணையோ
ஏங்கவைக்கும் மதில்மேல்ப் பூணையடி
பூணைகண்ட
உரிப்பாணைபோலே புதிதாய்
யுதிதாய்த் தொங்குதடி எம்மனது

24. கழனிக்காடும் கணினி கூடும்

சுற்றிச் சுழன்ற பூமி
ஈரம் தேடி எடுத்த அவதாரம் எத்தனையோ
மலையும் மலைசார்ந்தயிடமும் குறிஞ்சி
காடும் காடுசார்ந்தயிடமும் முல்லை
வயலும் வயல் சார்ந்தயிடமும் மருதம்
மமணலும் மணல்சார்ந்தயிடமும் பாலை
கடலும் கடல் சார்ந்தயிடமும் நெய்தல்
இப்படி திணைபிரித்து ஆண்ட வேந்தர் குடிக்கு
வேண்டாத வேலையாக
வந்தேரி வந்ததுதான்
வாலாட்டும் வடுகர்குடி
களப்பிறரை வளர்த்தெடுத்து காட்டிய கட்டமைப்பே பாலையப்-பட்டு
குடும்பர் குலமரபை
கோடிட்டுத் தவிர்த்துவிட்டு வந்தேரி வகுத்த சட்டம் தமிழன் வாழ்-வியலாய் மாறிபப்போச்சே
மொகளாயன் முகவரியும் வெள்ளையனின் விளையாட்டும் அடக்-கியாண்ட அரிச்சுவடி அடிமைத்தன வரலாரே
தமிழன் தாழ்ந்துவிடவில்லை
வீழ்ந்தும் விடவில்லை
கீழடிப் புதையல் போல
மேலடியெழுமே நாளை

தமிழன் காலடித் தடம் ஆங்கே தெரியும்
அப்போ ஓரடி உயர்வான் தமிழன்

25. கழனிக்காடும் கணினிக் கூடும்

சுற்றிச் சுழன்ற பூமி
நீர் சூழ்ந்து நின்ற
புதிய பூமி
ஈரம் தேடி எடுத்த அவதாரம் எத்தனையோ
புல்லும் பூண்டும் புதுமை சேர்த்த மரமும் செடி கொடியும்
மகத்தான உயிரினமும்
ஒப்பற்ற மனிதனுக்கு
ஒப்படைத்த இயற்கைச் செல்வம்
அத்தனையும் ஆட்சி செய்ய
அவதாரமெடுத்த மா மனிதன் கட்டமைத்த திட்டமிடல்
உழவு காத்த பெருங்குடியே
உலகம் மெச்சும் பெருங்குடியாம்
களவு செய்த கூட்டத்தையே
கழனிகாக்க வித்திட்ட
மூவேந்தர் தந்த தவமே
மருதநிலம்
மருதம் மலர்ந்தபோதே மனிதனின் மகத்துவமும் மலர்ந்தே செழித்-
தததிங்கே
ஆதலாலே
ஔவையும் பாடினாள்
வரப்புயர நீருயரும்
நீருயர நெல்லுயரும்

நெல்லுயரக் குடியுயரும்
குடிவுயரக் கோனுயர்வானென்று
வானுயர்ந்த வார்த்தை கோத்து தேனிநிய
வார்த்தைதந்தாள்
வள்ளுவரோ
ஓர்படி மேலுயர்த்தி
உலகச் சுழற்சியே உழவனின் பின் செல்
என்று கட்டளையிட்டுச் சென்றான்
கட்டளைப் பெரும் புலவன்
ஆம் உழவர் குடி உயர்குடியே
எழுற்சியோடு எழுந்து நில்
நம் பாட்டன் கட்டமைத்த பகுத்தறிவு
தொகுத்துணவாய்த் தருவேன் நான்
ஏரும் போரும் எனதுகுடி மரபுகார் கசிந்த
வேந்தர் குடி கட்டமைத்த திட்டமிடல்
ஓங்கி உயர வேண்டும்
உலகெல்லாம் உவகை செய்யய

மலையும் மலைசார்ந்தயிடமும் குறிஞ்சி
காடும் காடுசார்ந்தயிடமும் முல்லை
வயலும் வயல் சார்ந்தயிடமும் மருதம்
மமணலும் மணல்சார்ந்தயிடமும் பாலை
கடலும் கடல் சார்ந்தயிடமும் நெய்தல்
இப்படி திணைபிரித்து ஆண்ட வேந்தர் குடிக்கு
வேண்டாத வேலையாக
வந்தேரி வந்ததுதான்
வாலாட்டும் வடுகர்குடி

களப்பிறரை வளர்த்தெடுத்து காட்டிய கட்டமைப்பே பாலையப்-
பட்டு
குடும்பர் குலமரபை
கோடிட்டுத் தவிர்த்துவிட்டு வந்தேரி வகுத்த சட்டம் தமிழன் வாழ்-
வியலாய் மாறிபப்போச்சே
மொகளாயன் முகவரியும் வெள்ளையனின் விளையாட்டும் அ

26. இந்திர விஸ்தரிப்பு எந்திரகதியில் நடக்கட்டும்

இந்திர விஸ்தரிப்பு
எந்திரகதியில் நடக்கட்டும்
உந்தித் தள்ளும் உறவுகளுக்கு
உற்சாகம் கூட்ட
உடன் வருவேன்
பண்பாடு காத்த உறவோடு
பகுத்தறிவு தேடும்
மானுடம் மத்தியிலே
வாழ்வியலும் வரலாறும்
தேடி நான்
என் பேனா
கசிந்த கண்ணீர்
இப்போதுதான்
உப்பிட்ட உணர்வு கூட்டுகிறது
கொன்று குவித்த கோடிவுயிர்
கொரோனா கொடுமையிலும்
மீண்டெழுந்த மானுடத்தைத்
தேடுகிறேன் மீட்டெடுக்க
மேம்பட்ட
உறவுகள் அடிமைத்
தழும்புகளின் ஆறா
வடுக்களை தடவிப் பாரத்தே

தடயம் தேடுவது
புதுப் புத்துணர்ச்சியே
பள்ளவம் தேடிய பகுத்தறிவுப் பெருங்கூட்டம்
மெல்லவே நகர்கிறது
மூவேந்தர் ஆட்சி தேடி

27. உழவர் குடி

என்னுரை

உழவர் குடியில் பிறந்து
ஓங்கி உயர்ந்த குடும்பம் காத்த குடும்பனாகப் பிறந்ததில் பெருமைப்படுகிறேன்
எனது முதல் புத்தகம் விதைதேடும் ஈரம் ப் புத்தகமே எனக்கு புத்தாக்கம் தந்தது
இரண்டாம் புத்தகம்
அடர்காடும் பெரு மருதமும்
மூன்றாம் புத்தகம்
காம்பு நீண்ட கூம்புகமல்

எனது கவிதை வரிகளை வாசித்து
எனை ஊக்கப் படுத்தும்
உறவுகளுக்கும் நட்புக்களுக்கும்
நான் எப்போதும் ஏணியாய் இருப்பேன்

எனது தேடலெல்லாம்
தமிழும் தமிழ்சார்ந்த
தேடலே

புதைந்த தமிழனும் புத்துயிர் பெரும் தமிழும் தண்டு நீண்ட தாமரைபோல் மலர்ந்து
தாமரைத் தடாகமெங்கும் தன் ஆதிக்கத்தை
தேடும் தேனீக்களுக்கே
தேவையுணர்ந்து சேவைசெய்யும் என் என்னமுமம் எழுத்தும்

சேற்றில்ப் பூத்ததுதான்
செந்தாமரை
ஆதவனுக்கே சாதகம் செய்யும்

இந்திய தேசிய ராணுவத்தில் அங்கம் வகித்த வெள்-ளையன் எனது பாட்டன் அவர் புதல்வன்
இராமன் என் தாத்தா
சாத்தி என்ற சாத்தாயி
என் அம்மாச்சி
என் அம்மா உடையம்மாள் எனது தந்தை சி காளிமுத்து

எனது பெயர் கா பெரியசாமி என் மனைவி தேவி
மகன் யோகேசு
சிரியவன் குகனேசு

நான் காளாடி வகையரா
குடும்பன்புறத்து வகையரா
எனது தொழில் உழவு

நான் கடைசி உழவன்
முதல் வியாபாரி
தே களத்தூர் கிராமத்தின் புத்திரன்
ஜெய் இந்திரா டிரேடர்ஸ்
179 பாலாசி கார்டன்
சியோ டவர் எதிரில்
பொன்னகர்
காரைக்குடி

www.ingramcontent.com/pod-product-compliance
Lightning Source LLC
LaVergne TN
LVHW041547060526
838200LV00037B/1178